લહેરાતો હિજાબ

The Swirling Hijaab

Na'ima bint Robert
Nilesh Mistry

Gujarati Translation by Pratima Dave

mantra lingua

મારી માતાનો હિજબ (દુપટ્ટો)કાળો છે,
મુલાયમ અને મોટો છ,

My mum's hijaab is black and soft
and wide,

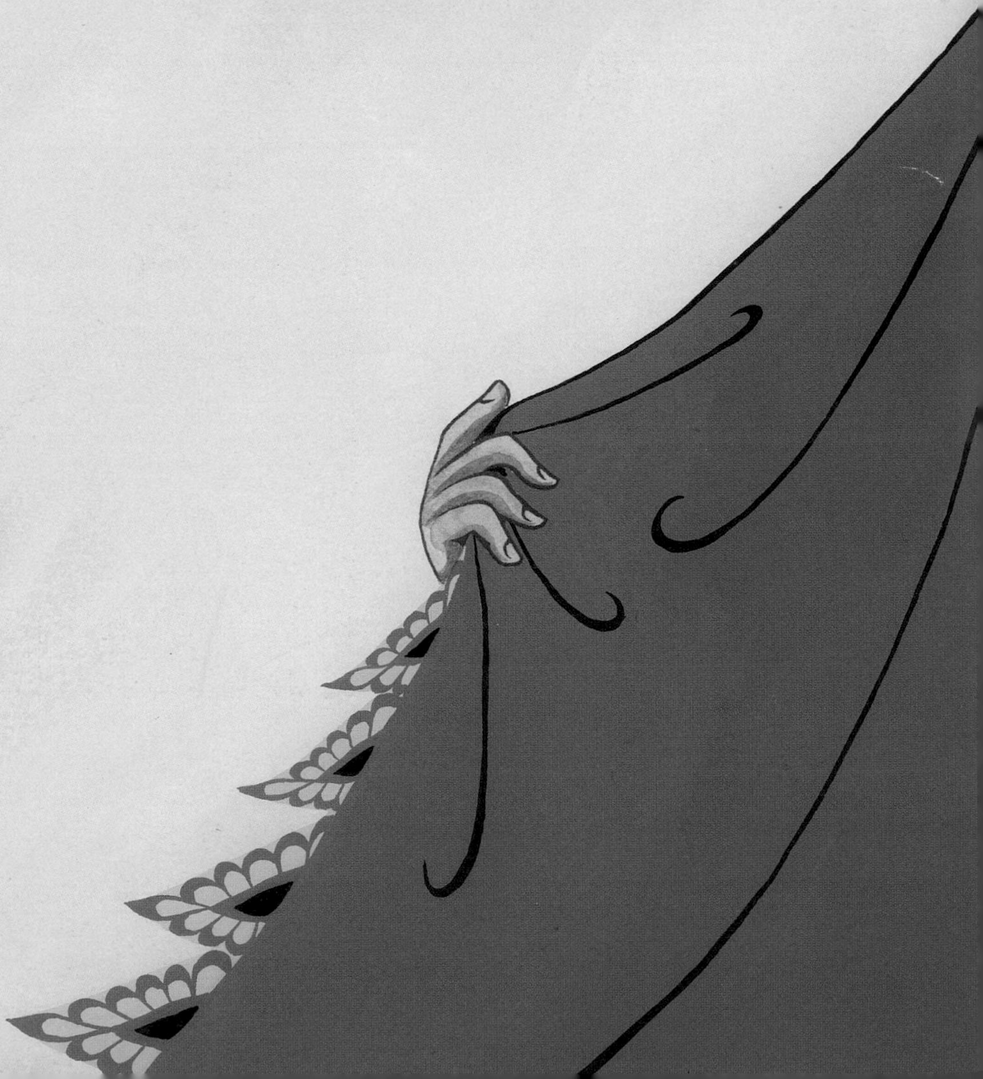

મારાં માટે તો તે, હું અંદર છૂપાઈ જઉં તેવા કિલ્લા જેવો છે!

A fort for me to hide inside!

જાણે કે કોઈ હોડીનો લહેરાતો સઢ જોઈ લો,

A ship's sails flapping in the air,

તેણી પાસે ન હોય ત્યારે પણ તે કેટલીયે હૂંફ આપે છે.

A comforter when she's not there.

જાણે બેદુઈન જાતિનો તંબુ,

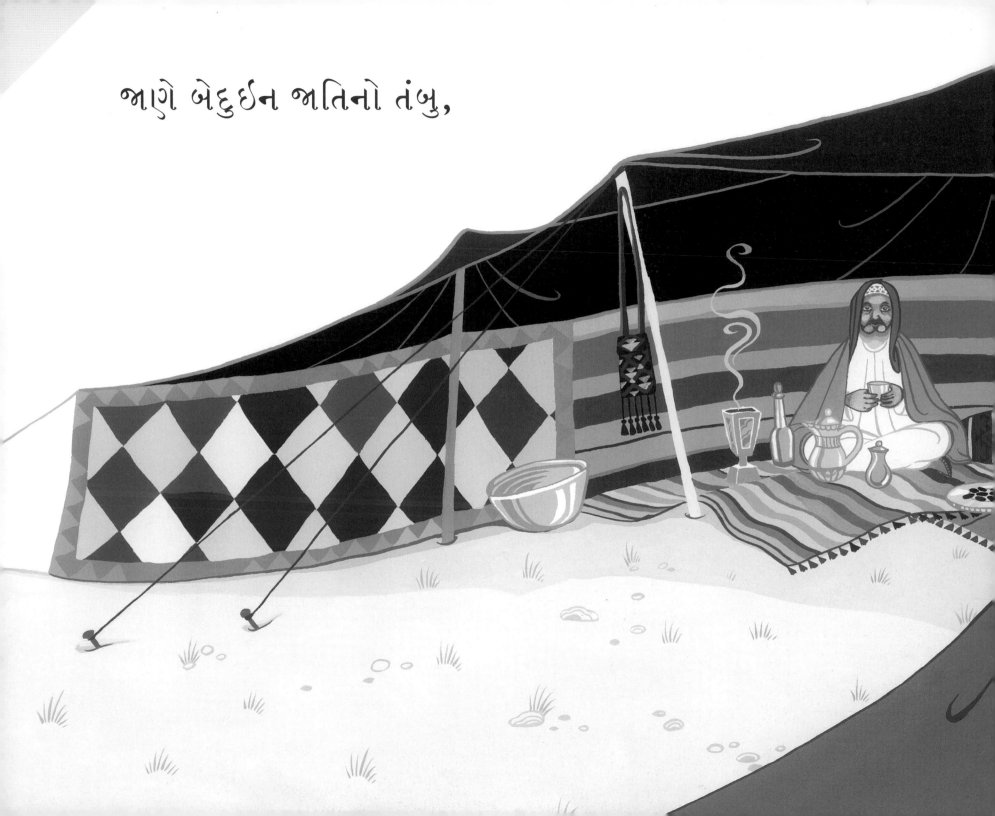

A bedouin tent,

લગ્ન વખતે પહેરવાની સાડી,

A wedding sari,

મારી ટી-પાર્ટી માટેનું એક કપડું.

A cloth for my tea party.

લડાઈના મેદાનમાં ઝઝૂમતી રાણીનો ઝભ્ભો,

A warrior queen's cloak,

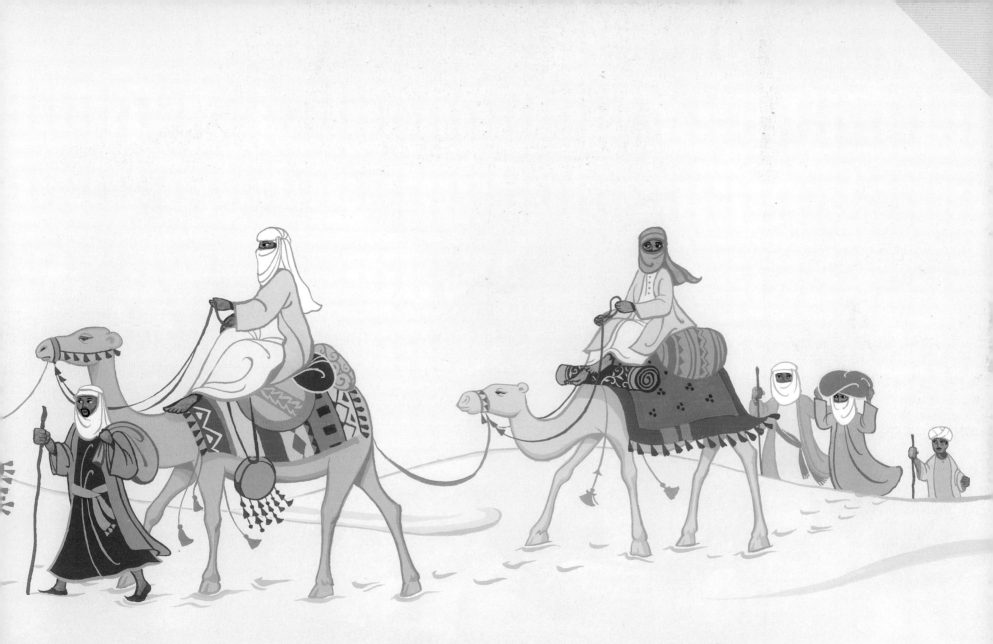

રઝડતાં ફરતાં મુસાફરનો સામાન,

A nomad's baggage,

મારા આરામની વેળાએ મને ઢાંકતી એક ચાદર!

A blanket when I need a rest!

પરંતુ હિજાબનું સૌથી સારું કામ તો મારી માતા માટે પ્રાર્થના વેળાએ માથાને ઢાંકવાનું છે.

But covering my mum as part of her faith
Is what the hijaab does best.

Bismillahir-Rahmanir-Raheem
For the daughters of Islam, past, present and future
N.B.R.
For Saarah, Farheen & Rayaan
N.M.

The Swirling Hijaab is one of many sound enabled books.
Touch the circle with TalkingPEN for a list of the other titles.

First published in 2002 Mantra Lingua Ltd
Global House, 303 Ballards Lane, London N12 8NP
www.mantralingua.com

Text copyright © 2002 Na'ima bint Robert
Illustrations copyright © 2002 Nilesh Mistry
Dual language text copyright © 2002 Mantra Lingua
Audio copyright © 2008 Mantra Lingua

A CIP record for this book is available from the British Library